మూడు పడవలు

ఇంద్ర ప్రసాద్ కవిత్వం

ఛాయ

హైదరాబాద్

Moodu Padavalu
Poetry

Author: INDRA PRASAD (Indraganti Prasad)
Email: Indraprasadpoet@gmail.com
© Author

First Edition: November: 2024

Copies: 500

Published By:
Chaaya Resources Centre
Haritha Apartments,
103, A-3, Madhuranagar,
HYDERABAD- 500038
Ph: (040) - 23742711
Mobile: +91-70931 65151

email: editorchaaya@gmail.com

Publication No: CRC - 137
ISBN No: 978-81-980116-9-5

Cover and Book Making:
Unpublish Media, Hydearabad, 7989546568

For Copies:
bit.ly/chaayabooks
chaayabooks.com

కృతజ్ఞతలు

నా అనుంగు మిత్రుడు జయంతి శ్రీనివాస్

నా ఆప్త మిత్రుడు, పబ్లిషర్ ఛాయ కృష్ణమోహన్ బాబు

కవితల్ని ప్రచురించిన ఈమాట, సారంగ సంపాదకులు స్నేహితులు

శ్రీ మాధవ్ మాచవరం, శ్రీ అఫ్సర్

వాన కురవనీ కవితని ప్రచురించిన కీ.శే. శ్రీ సుమనశ్రీ

ఛాయ ఎడిటర్ శ్రీ అరుణాంక్

మాధవి, పిల్లలు లహరి, ధన్య

అమ్మ, పెద్దన్న, చిన్నన్న, సుందర్, పూర్ణ, పద్మా, వదిన

అత్తయ్య (ప్రయాగ సుబ్బలక్ష్మి, 1933-2024)

యిదీ వొరుస

మూడో పుస్తకానికి ముచ్చటగా ఆహ్వానం - 7

అసంపూర్ణం - 9

స్వర్గమే - 11

బనలతా సేన్ - 12

తల్లిపిల్లి - 14

నిన్న కొంతమందిని కలిసేను - 16

దీప నిర్వాణ గంధం - 17

ఉన్మత్త మత్త అనుభవం - 21

బావుంది - 22

విడిది - 23

మూడు పడవలు - 25

పదండి ముందుకు - 26

ఎవరి నిజాలు వాళ్లవి - 27

మొదటి మెట్టు - 29

పలకరించకు - 30

ఒక వెన్నెల, మళ్ళీ తపస్సు - 31

ప్రపంచమే నువ్వు - 33

గాలి కూడా గుల్మహోరే - 35

క్షమించండి - 36

క్రీనీడ రాత్రి - 37

దీపమే చీకటి – 39

అమృతం గమయ – 40

తాళపత్రాల మీద కవిత్వం – 42

దిగంత యానం – 44

ఆమె పాట – 46

మధ్యధరా దుఃఖం – 48

దర్శనాల వేళ – 50

మాటలు ఉండాలి – 53

ఒకానొక నిస్పృహ – 55

చూస్తూనే ఉందా? – 58

సంశయం లేదు – 59

వలలెందుకు? – 61

విషం వరద – 63

విసిరేసిన గవ్వలు – 66

రత్నమాల స్పెయిన్ కవితలు రెండు – 68

నీ జ్ఞాపకమే! – 72

మాంత్రికుడి ప్రాణం – 74

ప్రవాసానికి రెక్కలాధారం! – 76

అద్వైతం – 78

మోహంతో... – 80

వాన కురవనీ – 83

కొత్త కథకి మొదటి మాట – 85

ఆఫీస్‌కి పోయినట్టే... – 87

వెదురు పాద – 89

సాదాసీదా అసాధారణం – 92

అవసరం లేదు – 94

సంబంధం – 96

కల కంటూ ఉంటాను – 97

మూడో పుస్తకానికి ముచ్చటగా ఆహ్వానం.

Two tasks of the beginning of life: To keep reducing your circle and to Keep making sure you're not hiding somewhere outside it. - Franz Kafka

ఆజన్మాంతం జీవితం శబ్దాన్ని అంటిపెట్టుకుని ఉంటుంది. గాలిని పోగు చేసుకుంటూ, విడిచి పెడుతూ, లబ్ డబ్ శబ్దాల ఒడిదుడుకులతో సాగుతూ ఉంటుంది. బాహ్య శక్తుల ప్రేరణతో సామాజికతను సంతరించుకుంటుంది, నాది, నీది, మనది అనే తాత్త్విక లోకాల అన్వేషణ సాగిస్తుంది.

కవి తన కాలాన్ని అధ్యయనం చేస్తాడు. కీర్తిస్తాడు మంచిని, తత్త్వాన్ని గ్రహిస్తాడు, అలంకారబద్ధమైన భాషతో గానం చేస్తాడు. శబ్దమే అతని పనిముట్టు. వాక్యమే అతని నైపుణ్యం.

"ప్రపంచం ఒక కుగ్రామ" మనే కాలం నుంచి ప్రవాసులని, కాందిశీకులుగా, శత్రువులుగా, అనాహ్వానిత మానవమృగాలుగా వర్ణించే కాలానికి చేరుకున్నాం. అంతా ఐదు దశాబ్దాల కాలంలోనే!

దేశమే ప్రపంచమయ్యిందిప్పుడు. అంతర్గత ప్రవాసం కూడా మిత్రభేదాన్ని బోధిస్తోంది.

మతం ఎప్పుడూ అగ్నివాహకంగానే తన కర్తవ్యం నిర్వహించింది. శైవ వైష్ణవ విభేదమైనా, బౌద్ధ, జైనమతాలమీద విరుచుకుపడడమైనా, క్రూసేడు లైనా, ఇస్లాం విస్తరణమైనా చిచ్చు రగిల్చినవే! మారణహోమం సృష్టించినవే! జాతి విధ్వంసాలు జరిపినవే!

ప్రవాసమొక ప్రవాహం

నియాండర్తల్ మానవుడు ఎక్కడనుంచి ఎక్కడవరకూ ప్రయాణించేడో, నాగరికత ఎలా ప్రవహించిందో మానవ చరిత్ర తరచి చూస్తే అంతా ప్రవాసమే, నదులు ప్రవహించినట్లు, వనరుల్ని వెతుక్కుంటూ బ్రతకడానికి చేసిన ప్రయాణమే!

అవసరానికి బిడారాలు దించి గుడారాలు వేసుకొని మళ్ళీ ఒయాసిస్ వెతుక్కొంటూ ఎడారి దాటడమే!

ప్రవాహంలో కొట్టుకొచ్చిన ఒండ్రుమట్టిలా, పితరుల జ్ఞాపకాలు, గతానేక సంప్రదాయాలు, బాసలు, సంజ్ఞలు, ఆచారవ్యవహారాలు, కూడా తెచ్చుకున్న సంపద. కట్టుబట్టలతో ప్రమాదభరితమైన డింగిలో కూడా ఆదిమ మానవుడి జాడలు కనిపిస్తూనే ఉంటాయి.

తెలిసినవి, తెలియనివి, స్వంత అనుభవాలు, ఊహలు, భయాలు అన్నీ కొంగున కట్టుకున్నవే. శరీరాన్ని అంటిపెట్టుకున్న ప్రయాణ సామగ్రే!

మూడు పడవలు

కావ్యాత్మకోసం చేసే ప్రయాణంలో కొన్ని సంవత్సరాలుగా రాసిన కవితల్లోంచి ఎంపిక చేసిన కవితల సమాహారం మూడు పడవలు.

ఆస్వాదించి ఆదరించమని కోరుకుంటూ.

- **ఇంద్ర ప్రసాద్**

దోహా

19.10.2024

అసంపూర్ణం

పట్టదకల్లు
గోపురాల ప్రయోగశాలలో
విగ్రహం లేని గుడి

ఖాళీ పీఠం మీద
కూర్చున్న వాడే దేవుడు

సగం మూసిన కనులు
చిదానంద రూపమై
మనసు నిండా కోరికలే

జంటలందరూ
చుట్టూ తిరుగుతూ ఉంటే
కెమెరా మాగన్ను

పూవులన్నీ విదిల్చిన
పారిజాతం
రేపటికి తయారవుతోంది

కడిగి ముగ్గులేసిన
ఆవరణలో
సందర్శకుల
పాదముద్రలు

భిత్తిక శిల్పాల
ముక్కులు చెక్కేసిన వాళ్లని
తిట్టుకుంటూ
గోడల మీద
పేర్లు చెక్కుతూ గుంపు

యుద్ధం లాగే
చరిత్ర కూడా అసంపూర్ణం.

స్వర్గమే

గతమంతా
నిచ్చెనలు
చేయడంతోనే
సరిపోయింది

ఇప్పుడు
నిలబెట్టాలి

పడిపోతే
దెబ్బ తగలకుండా
వల తయారు చెయ్యాలి
నవారు బిగించాలి

ఇంక
ఎక్కగలిగితే
స్వర్గమే!

బనలతా సేన్

పేరు చూడగానే
అందరికీ తెలిసిపోతుంది
ఇది అనువాద పద్యమని

నిజానికి ఈమె ఆమె కాదు
నేను జీవనానుందుడినే కానీ
అమరుడైన మహా కవిని కాను

సైకిల్ తొక్కుకుంటూ
కౌమారంలో
మనసు దోచిన ఆమె

బ్యాంక్ పంజరంలో
చెక్ చేతికిచ్చి
కళ్లు టపటపలాడించిన
పొడువైన చేతివేళ్ల గ్రాహకి

శిశిరంలో ప్రవేశించిన
కొత్త చిగురులాంటి
నునుబుగ్గల
చిన్నారి కేరింత

ఎంత దూరం తరిస్తే
ఈ తీరం చేరేను!
ఎందరు నవ్వు ముఖాలతో
పలకరిస్తే
ఈ జీవితం కదిలేను?

మళ్లీ అడక్కు
బనాలతా సేన్ ఎవరని

బాల్య కౌమారాల
ఊరు నుంచి
నగర శిఖల దాకా
అల్లుకున్న తీగలాగ
పిల్ల కాలువల
కాగితం పడవలనుంచి
మహాసముద్ర నౌకలదాకా
విస్తరించిన జీవితం లాగా
అంతటా బనలతా సేన్!!

తల్లిపిల్లి

రాశులు కుప్పపోసి
నక్షత్రంతో వెతుక్కో
నెలల గుంపులోంచి
తిథుల పట్టీలోంచి
పుట్టినరోజు
సరి చూసుకో

క్యాలెండర్ అయితే
మరీ సుఖం
నెల, తారీకు చాలు

భవిష్యత్ అనే
దూరపు చుట్టాన్ని
టేరట్ పేక ముక్కలతోనో
జాతక చక్రాల
గ్రహ గతులతోనో
అంజనం వేసి
లెక్క కట్టి

మంచి చెడుల

సుఖ దుఃఖాల

కలిమి లేముల

చేటలో బియ్యం

సోది మాటలు

లీనమై

భయ విభ్రమాల

అనిహిత పథం

ఎవరు చెప్పేరబ్బా

రేపు దూరపు చుట్టమని

నిన్నా, నేడుల తోబుట్టువే కదా!

రాత్రి గడిస్తే ఉదయమే కదా!

రంగుల రాట్నం

రాక్షస చక్రం

ఇరుసు ఒరుసుకొంటూ

తను తిరుగుతూ

నిన్ను కూడాతిప్పుకునే

తల్లి పిల్లి, కాలం

నిన్న కొంతమందిని కలిసేను

నిన్న కొంతమందిని కలిసేను
ఇంటికొచ్చి చూద్దును కదా
శరీరం శల్య పరీక్షకి లోనయినట్టే

ఉద్యోగం, పుట్టుక, ఊరు,
కుటుంబం, చదువు,
పుస్తకాలు, పాటలు
ఆఖరికి అయిష్టాలు కూడా
ఎన్ని ప్రశ్నలు
నోరు తడారి పోయింది

నాకోసం ఏం మిగిలింది ఇంక!
ఒక్క ఏకాంతం తప్ప!

దీప నిర్వాణ గంధం

అద్దంలో కనిపించే నా పద్యాన్ని
వేరే అద్దంలోంచి చూసి రాస్తావు
ఇప్పుడు ఇది కొత్త పద్యమయ్యింది.

నా మాటలకి అర్థాలు వేరు
ఇప్పుడు నీ మాటలే
నా మాటలయిపోయాయి.

పద్యానిదేముంది,
మరోసారి చూస్తే
తడుముకోకుండా చెప్పచ్చు.
అర్థమే, ఇప్పుడు
ఎక్కడుందో వెతుక్కోవాలి.

పదానికి ముందర
అకారమో నకారమో చేరిస్తే
వ్యతిరేకార్థం
వస్తుందనుకుంటే వస్తుందా?
నూతిలో పడ్డ సూది
ఊ అంటే వస్తుందా?
ఓ స్త్రీ రేపురా
అంటే రేపు స్త్రీ వస్తుందా?
అలా పైకెళ్ళమంటే
అలా పైకెళ్ళడం
కుదురుతుందా!

వాక్యం నీది కాదు
పీల్చిన గాలి కూడా

వదిలేసింది ఒక్కటే నీది

నవరంధ్రాల శరీరం
ప్రాణమే కాదు
వాయువు కూడా
ఎక్కడినుంచైనా పోవచ్చు

ఎన్ని అప్పులు?
తిక్కన ఇచ్చిందే కాదు
కాఫ్కా, కామూ
నారాయణ బాబు
త్రిపురాసురుడో

శ్రీనివాసరావో
ఎవరైతే నేమి?

అన్నీ పాము గుడ్లే
తినేయగా మిగిలిన
కళ్లు తెరిచిన నాలుకలు

రహస్యాల తీరంలో
సీసా ఒలికి పోయింది
మోహన్ మత్తులో
ప్రకాష్ పెన్ను విదిలిస్తాడు
మోషే కుంచెలో
ఉన్మత్త భావ చిత్రం

అందరూ, అన్నీ
తెలుసునని వేసే
కుప్పిగంతులు కోకొల్లలు
కథకి తండ్రి లేదు
తల్లి అసలే లేదు

గొగొలో, తొడపాసమో
శ్రీపాదమో
ఎందుకొచ్చిన గొడవ
ఎవరో ఒక నామిని
పతంజళ్లు
కారా చాసో

వాక్యాన్ని బద్దలు చేసి
అద్దాన్ని అతికిద్దాం
చిన్నప్పటి పాటలన్నీ
ఇప్పుడు బట్టలు విప్పేసేయి
చొక్కా జేబుకు
సిరా అంటుకోదు

నీ బదులు
నా బదులు
ఎవరు రాస్తేనేమి?

అతికొత్త తెలివితో
చక్రం తిప్పితే
తెరమీద మోక్షమే

~ 20 ~   ఇంద్ర ప్రసాద్ కవిత్వం

ఉన్మత్త మత్త అనుభవం

అక్షరం పదమై
పద్య పాదమై
నిలువెత్తు పాదపమై
మలయ మారుతమై
ఎగిరే కొంగల
ఇంద్ర చాపమై
ఉన్మత్త మత్త అనుభవం

నిషావేష భూషణాల
పద్యానికీ
మద్యానికీ
తేడా లేదు

బావుంది

పాట వింటావు
'భలే బావుంది' అంటావు
ఏం నచ్చిందో చెప్పమంటారు
"గొంతు బావుందా?
రాగమా, ఏ రాగం?
సాహిత్యమా?
ఆరోహణ, అవరోహణ?
పాటగత్తె అందమా?"

బావుంది
అవన్నీ తెలియకుండానే బావుంది
ఏమీ తెలియకపోవడమే బావుంది

బావుండడం అంటే
బావుండడమే

ఏ కీలుకాకీలు
విరిచి చూసే
అవసరం ఏముంది?

~ 22 ~   ఇంద్ర ప్రసాద్ కవిత్వం

విడిది

మనిషిగా ఉండడం అంటేనే
ఒక విడిదిలా ఉండడం
రోజూ కొత్తదనమే

ఓ ఆనందం, ఓ విచారం, ఓ లేకితనం
క్షణంలో తెలుస్తాయి
ఎదురు చూడని సందర్శకులవలె

రమ్మను, ఆదరించు అందర్నీ
దుఃఖాలు
గుంపులు గుంపులుగా వచ్చినా సరే
ఉక్రోషంతో
ఇంటిని చిన్నాభిన్నం చేసి
ఊడ్చేసినా సరే,
ప్రతీ అతిథినీ ఆదరించు

ఎవరు నిన్ను ఏ అమితానందానికి
తయారుచేస్తున్నారో!

తప్పుడు ఆలోచనని, అవమానాన్ని,
ఈర్ష్యని
గుమ్మం దగ్గరే నవ్వుతూ
పలకరించి
సాదరంగా లోనికి రమ్మను

వచ్చిన వాళ్ళందరికి
కృతజ్ఞుడివికా
ఎందుకంటే ప్రతి అతిథీ
నీకు తోవ చూపించడానికి
ఎంతో దూరంనుంచి వచ్చినవారే!
(పంపబడినవారే!)

(రుమి కవిత Guest House కి అనువాదం)

మూడు పడవలు

అనిశ్చలమైన నదిలో
మూడు పడవలు

ఒక దాంట్లో నువ్వు
ఇంకొక పడవలో నేను
మనిద్దరం మూడోదాన్లో

పదండి ముందుకు

అన్ని గాయాలా?
ఒక్క మనిషికి
అన్ని కత్తిపోట్లా?

ఎంత అసంబద్ధం
మరణాన్ని ప్రసాదించేక
తక్కినదంతా వృధా

తెలివి తెల్లారినట్టే
తగలెట్టడానికి
ఇంకా బోల్డంతవుంది.

పదండి ముందుకు

ఎవరి నిజాలు వాళ్లవి

ఎవరి నిజాలు వాళ్ళవైన రోజు
నిజమెలా తెలుసుకోవడం
అంతా ప్రతిసృష్టే..

త్రిశంకు స్వర్గం
వర్చ్యువల్ రియాలిటీ!

న్యాయం అగమ్యగోచరం
కబోది వెతుకులాట
నిరోష్ఠ రామాయణంలా
అంతా పెదాల కదలికలపైనే

పగ్గాలు చేతిలో ఉన్నాక
ప్రవచనం కూడా సులువే
మారణ హోమానికి
కర్త ఎవరు?

అంతా కర్మఫలమే

మీసం దువ్విన ప్రతిసారీ
కదంతొక్కిన ప్రతిసారీ
తొడచరిచిన ప్రతిసారీ
హింసకి దండలేయడం
హననానికి పార్థివ
దండకం చదవడమే కదా

నగరాని కేముంది
రెన్నాళ్లు మూసుకొని
తెరుచుకొంటుంది
మనుషులే ఎప్పటికీ
చీకటి బందికానాలో

మొదటి మెట్టు

ఆశ కంటే
వెలుగైన దీపం ఉందా?

జ్ఞానం కేసి నడవడానికి
అజ్ఞానమే మొదటి మెట్టు కదా!

పలకరించకు

పని వేళ
పలకరించకు
పది మందిలో ఉన్నప్పుడు
పలకరించకు

ప్రభాత వేళ
సంధ్య వేళ
స్వప్న నిశ్శబ్దాల వేళ
నీకోసం
చెవులు రిక్కించి
చూస్తూ వుంటాను
పలకరించవేమి?

మగత నిద్రలో
నా పలవరింత
వినిపించలేదా?

ఒక వెన్నెల, మళ్ళీ తపస్సు

వెన్నెల
చైత్రం విచ్చుకొన్నట్టుంది

నిప్పుపూల చైత్రం
వేపగాలి చైత్రం
పుప్పొడి పరిమళం

పరమాన్నం వండిన
ఇత్తడి గిన్నెలా
ఆకాశం
ఆరుబయట
నులకమంచం మీద
కదులుతోన్న మబ్బుల వల

****

కలల్లాగే
కవితలు కూడా
దృశ్యశ్రవణ రూపాల్లో
కళ్ల ముందు కనబడతాయి

పట్టుకునే క్షణంలో
పక్షులై ఎగిరిపోతాయి

కొంగలసాయం తీసుకొన్న
ఎండ్రకాయలా
ఎండిన పుల్ల పట్టుకొని
ఎదురుచూస్తూ
తడిలేని చెరువులో
మళ్లీ తపస్సు

ప్రపంచమే నువ్వు

ప్రేమ ప్రేమంటావు కానీ
శరీరాన్ని దాటి ఎప్పుడైనా ప్రేమించేవా?
ముద్దులు, ముచ్చట్లు తీర్చుకొన్నావు కానీ
ఇంద్రియాలని నీ వశం చేసుకున్నావు కానీ
అలసి సడిసిన హర్షాతిరేకంలో విరిసిన
ఇంద్రధనువు కళ్ళు మూసుకునైనా చూసేవా?

బట్టలు కొని, నగలు చేయించి
ముస్తాబు చేసి ఊళ్లు తిప్పేవు కానీ
ఎప్పుడైనా మనోలోకంలోకి
ఒక్క అడుగు వేసేవా?

మంట చుట్టూ తిప్పి
ఎవరో చెప్పిన మాటల్ని
వల్లె వేసేవు కానీ
మనసులోని మాటని
ఎప్పుడైనా విన్నావా, వినిపించేవా?

అంతా క్షణ భంగురమే
అవసరానికి కావలసినంతే
'తగినంత ఉప్పు'
పక్క దిగినట్లే
పక్కకు ఒదిగినట్లే
ప్రపంచం నీ చుట్టూనే
ప్రపంచమే నువ్వు.

గాలి కూడా గుల్మహోరే

నిన్న నిశ్శబ్దాన్ని
కలల్లో రంగరించి
ఇవాళ కలకూజితాలతో
ఉదయాన్ని ఆవాహన చేసినట్లుంది

పొద్దున్నే గంపనెత్తుకుని
ఏరి పారేసే కరివేపాకు
శబ్దాన్ని వీధి వీధంతా విసిరే
ఆకుపచ్చ పరిమళం

గొంతు సవరించుకున్న
జాజిపూల పదస్వనం

గత జ్ఞాపకాల ఆవృత్తాల
మెట్లమీద కూర్చుని
కొత్తగా చూసే సంధ్య వేళ
శబ్దమూ, కదలికా కూడా
సమ్మోహ మోహినీ రూపమే
గాలి కూడా గుల్మహోరే

క్షమించండి

ఇప్పుడే తెల్లారింది
పచనం కాని
ఆలోచనల్ని
గోడలమీద
వమనం చేయకండి

కాస్తంత విశ్రమించండి
పూర్తిగా నిద్ర తీరేక
రాత్రి మద్యపాన విశేషాలన్నీ
బయటకు వెళ్లిపోయేక
గుక్కెడు నీళ్లు పుక్కిలించి
ఇష్టమైతే స్నానించి

ఇప్పుడు చెప్పండి
"సూర్యుడు ఎటు ఉదయిస్తాడో?"
"హిమాలయాలు ఎటు ఉన్నాయో?"

క్రీనీడ రాత్రి

సీసా మూత తీసినట్లు
బుసబుసమని పొంగుతూ
చప్పుడైన గాజు గ్లాసుల్లా
రాత్రి

కమ్ముకొన్న పొగ
ఎడతెరిపిలేని వాద్యఘోష
పాటలపేటిలా
నలుగురితో నలుగుతోన్న
రాత్రి

కొడిగట్టిన దీపం లా రాత్రి
ఎప్పుడొస్తాడో తెలీని
తిరుగుబోతు మొగుళ్లా రాత్రి

వాక్యాన్ని అనుసరించే
అనుస్వారంలా
తీగలాగుతోన్న
అపార్టుమెంటు లిఫ్ట్ చప్పుడు
రాత్రి

బట్టదులిపి
బోర్డ్ తిప్పేసిన చీట్లాట చీకటి

వెలుగులో జారిన
అదృష్టం చీకటై
వెతుక్కుంటూ రాత్రి

ఉషోదయానికి
బారెడు దూరం
లింగోద్భవ కాలం

దివాస్వప్నాల
క్రీనీడ రాత్రి

దీపమే చీకటి

కల కనడానికి
నిద్రపోవాలి
దీర్ఘనిద్రకాదు

వెలుతురు కోసం దీపం
చూపు నిలవడానికి
ఏముందో తెలియడానికి

అజ్ఞానం కాగడాలతో
దీపమే చీకటి

అమృతం గమయ

కావలించుకునే
ముందర
కాస్తంత దూరంగా ఉండడం
మంచిది
వాడికి ఒక కన్ను ఎక్కువ!

గుంపులు తిరిగేవేళ
భంగుతాగి
చిందులు వెయ్యకు
బుడబుడక్కులవాడి చప్పుళ్ళు
తిరిపమెత్తే పాట
అంతా శబ్దరత్నాకరమే

పెణక మీదకి పాకిన
ఆనప తీగ

ముచిక ఊడి
జరజరా
మేక అరుపు
వినబడుతోందా?

పానవట్టం మీద
కిందనుంచి పైకి
పైనుంచి కిందికి
నీటి ఉత్థానపతనం

ప్రేమించడానికి పువ్వులెందుకు?
ఒంటినిండా దండలెందుకు?

గాలికి చెదిరిన బట్టలు
గగుర్పొడిచే దేహం
పెళ్లగించిన నేల
ఉమ్మగిల్లిన చాన

కట్టె ఎంత కాలినా
చల్లబడుతుంది బూడిద
ఒంటినిండా రాసుకో
మృత్యువెక్కడో లేదు,

మృత్యువెక్కడ లేదు?

తాళపత్రాల మీద కవిత్వం

తట్టి లేపిన ఉదయం
మాటల ఎండ మధ్యాహ్నం
రంగుల పరిహాసం సాయంత్రం
రాత్రే, ఎటూ తేలకుండా ఉంది!!
...

కోకిల పాట వినిపించి
తురాయి చెట్టు పూసింది
జాజుల వాసన తగిలి
ఆమె జడ అల్లుకుంటోంది

ఇంద్రధనుస్సు రెక్కలమీద
కొంగలు బారు కట్టేయి

సముద్రం కోసం కావ్యమంతా
వెతుకుతున్నాడు చంద్రుడు
...

చిరు చీకట్లవేళ
అందరికీ దూరంగా
గుసగుసలాడదామని
రమ్మన్నాను
కానీ
ఇక్కడంతా వేయి దీపాలవెలుగు
ఇంకేం మాట్లాడతాను
చూస్తూ ఉండడం తప్ప!!

దిగంత యానం

నాకు తోడు
ఊరినుంచి
గుప్పెడు మట్టి
దిగంత యానానికి

నేనే ఒక మొక్కనై
శాఖోపశాఖలు
విస్తరించి
ఛాయామృతమై

బిందు స్పర్శలో
సముద్రాల చప్పుడు
చరాచరాల సవ్వడి

గాలి వీస్తుంది
స్తంభిస్తుంది

కకావికలు చేస్తుంది
ప్రాణం తీస్తుంది, పోస్తుంది
విరహాలు పోతుంది
విహారాలు చేస్తుంది
వియత్తలం మీదకి
తీసుకెళ్తుంది

నభోమండలం మీద
సప్తర్షుల కాంతి చర్చలు

విమానం రెక్కలమీద
మబ్బుల తడి

మాట్లాడకు
ప్రపంచం యోగనిద్రలో
మలిగింది
ఉత్తరదిక్కున
అరోరా బొరియాలిస్
మేల్కొంటోంది.

ఆమె పాట

ఆమె పాట విని
చాలా కాలమయ్యింది
వేపచెట్టు గాలి
వీస్తూనే ఉంది గానీ

గోరింకలు అప్పుడప్పుడు
గొంతు సవరించుకుంటాయి
ఇసుక మండే ఎండలో
ఖర్జూరం చెట్ల నీడలోంచి

నడక దారిలో
అనుకోకుండా ఎదురైన
మందార పువ్వులా
గడ్డి నిండా
రాలిన గన్నేరు పూల సందడి

భ్రమణ కాంక్షలో
కాలం
వసంతాన్ని కంటుంది

భ్రమరం నిసర్గ సందేశాన్ని
పువ్వు పువ్వుకి చేరుస్తుంది

ఎడారిలో కూడా సీతాకోక చిలుకలు
ఎగురుతాయి
తేనెపట్టు నిండుతుంది

వేపచెట్టు గాలి
వీస్తూనే ఉంది గానీ
ఆమె పాట విని
చాలా కాలమయ్యింది.

మధ్యధరా దుఃఖం

దుఃఖాన్ని ఎప్పుడైనా
కొలిచేవా?

ఘనీభవించిన దుఃఖం,
కల్లోల మధ్యధరా సముద్రం
అగాధపు లోతు
తరిచి చూసేవా?

ఇంతకీ దుఃఖానికి
దేవత ఎవరు?
దాహార్తి నివారణకోసం
బలి కోరే,
రుధిర పాత్రల నాహ్వానించే
దేవీదేవతల వలె
కన్నీళ్లు కుండలతో
స్వీకరించే అప్రాచ్య దేవత ఎవరు?
వికలిత మనస్సులను
ఆనందించే మహిమాత్ముడెవరు?

ఏ ప్రార్థనా గీతంతో
కొలవాలి?
అనంత దుఃఖాన్ని
ప్రసాదించినందుకు
ఏ టోపీ దించి
కృతజ్ఞత తెలపాలి?

ప్రీతి కోసం,
ఏ కీర్తన వినిపించాలి ఇప్పుడు;
సైగల్ గొంతులో పాలస్తీనా అర్తగీతం?
రఫీ గొంతులో
దార్విష్ స్వేచ్ఛా గీతం?

గొంతులో
ఇరుక్కున్న దుఃఖాన్ని
ఓడిపోయే యుద్ధాన్ని
ఎవరికీ పట్టని
అస్తిత్వాన్ని
ఏ ఇంద్రియానుభవంతో
పాడమంటావు?

దుఃఖాన్ని తరించడమంటే
ఖననానికి చోటు లేకపోవడమా?
మననానికి చోటు ఉండడమా?

~ 49 ~ మూడు పడవలు

దర్శనాల వేళ

పదానికి అర్థాన్ని
అందిద్దామని అనుకుంటావు
పదమే అపరిచితం
అర్థం పరిణామక్రమంలో
ఆఖరిది

గుదిగుచ్చి దండలా వాక్యం
పదార్థం ఇప్పుడు వాచ్యమయ్యింది

శబ్దం ఆకాశం

ఉచ్ఛ్వాస నిశ్వాసల
చక్ర భ్రమణంలో
నిశ్శబ్ధమే అవతల గట్టు

అబద్ధానికి
బూజులా వేలాడుతూ
నిజం

భూజాల భుజంమీద
వాలిన పక్షుల
కాళ్ల సందుల్లోంచి
జారిన విత్తనాలే
జ్ఞానం

ఎక్కడి నుంచి
ఎవరు వచ్చేరు?
ఎవరు ఎక్కడ
సేద దీరేరు?

రహస్తీరాలు తరించే ముందు
సరస్తీరాలు దాటి రావాలి

అంకెల లెక్క కాదు
అస్తి నాస్తి విచికిత్స

ప్రమాణాలు తెలుసుకున్నాక
ప్రణామం చెయ్యి
ప్రాణాయామం ఎప్పుడైనా
చెయ్యొచ్చు

ముందే అంటుకున్న
కపిల వర్ణంలో
సోక్రటీసు
ప్రశ్నల పరంపరే

తత్వ ప్రదక్షిణలో
సాంఖ్యం మొదటి మలుపు
చార్వాకుల దారి
మరో మలుపు

మలుపులు తిరుగుతూ
జ్ఞాన చక్షువుల్ని
విచ్చుకోవడమే ఫలశ్రుతి

మాటలు ఉండాలి

మాట్లాడ్డానికి
మనుషులుంటే సరిపోదు
మాటలుండాలి
ముట్టుకుంటే కందిపోయే లాంటి
మాటలు
మెత్తని పండు లాంటి మాటలు
వింటేనే కోసుకు పోయే లాంటి
మాటలు కావు

గొప్పు తవ్వి
నీళ్లు పోసినట్లు
పుణికి పువ్వులు పుచ్చుకున్నట్టు
కిందపడ్డ పొగడపువ్వులు
ఏరుకున్నట్టు

జ్ఞాపకాల్లోకి వెళ్ళడానికి
దారితీసే మాటలు
పెదాలమీదకి తుళ్లుకుంటూ వచ్చే
బాల్యం లాంటి మాటలు

ఎండిన గొంతులోకి
బెల్లపు పానకంలాగ

చెవితో వినే మాటలని కూడా
కళ్లతో పలికించాలి
నవ్వుతో తడిపి
చేతి స్పర్శతో
అందించాలి

సంధ్యావతరణ వేళ
రంగులంటే మాటలు
ముఖమల్ గుడ్డలాంటి
మాటలు

నిద్రలోకి
అనాయాసంగా జారుకొనే
మధుతంత్రుల మంద్ర వీచికలు

~ 54 ~ ఇంద్ర ప్రసాద్ కవిత్వం

ఒకానొక నిస్పృహ

పరిగెత్తే కాలంలో
తప్పటడుగు నడక

నిన్న నడిచిన దూరంలో
సగమే ఇవాళ్టి నడక
గమ్యమే లేని ప్రయాణం
గమ్యం చేరేదెలా?

కూలిన సమయాన్ని
కొలవడం ఎలా?

వాటా పంచుకున్నాక
ఆకాశమే సగమిప్పుడు
వెలుతురు లేని ఆకాశం

కాంతి సంవత్సరాలు
తరించడం ఎలా?

రహస్యాలకి
రంగులద్ది
హీలియం బెలూన్లలో
ఎగరేయాలింక!

క్షణాల దండ కట్టి
ఎవరి మెడలో వేయాలి?
నిరీక్షణకి అర్థం లేదు

పొడుగు అంగీ తొడిగి
జోలె తగిలించుకుని
శిరో ముండనంతో
ఏ వీధుల్లో తిరగాలి?
అన్నీ గొప్పులు తవ్విన గుంతలే !

గోడల్లేవు అన్నీ హద్దులే
అంతా దూరమే
పొలిమేరల్లేవు
నిర్జన స్థలాలన్నీ
దుర్జన స్థలాలే

తోవ తప్పినప్పుడు
ఎవరో ఒకరు
ఏదో ఒక కాలంలో
సాయం చెయ్యరా?

కాలమే తోవ తప్పింది
అయినా ఏది తోవ?
ఎవరు దీని విధాత?

చూస్తూనే ఉందా?

ప్రళయానంతర
ప్రవాహంలో
మర్రి ఆకుమీద

దారిచ్చిన యమునలో
తండ్రి చేతిలో

గంగలో
తేలుతున్న పెట్టెలో

పని వేళ
చెట్టు కొమ్మకు
కట్టిన గుడ్డ ఉయ్యాలలో

కంసుడెగరేసిన వేళ

పడుకునే ఉందా
శిశువు?
జగన్నాటకం
చూస్తూనే ఉందా?

సంశయం లేదు

నా పద్యాన్ని
మీకు నచ్చినట్టు చదవండి
పైనుంచి కిందికి
కింది నుంచి పైకి
వాక్యాలను తప్పించి
చదవండి
వాక్యాల మధ్య
మీ సొంత వాక్యాలు
చొప్పించి చదవండి

అభేదమే కవిత్వం
పాఠకుడే కవి
బీజాక్షరం మాత్రమే మొదలు

ఊజా బల్ల మీదకి
పిలిస్తే వచ్చే అశరీర వాణి
పండుగనాడు
గద్దె పలుకు

మనస్సు కోరే ప్రశ్నలకి
తోచిన జవాబులు
భయం గుప్పిట్లో
కర్మ ఫలాలు

హద్దులు చెరిపి
సందిగ్ధాల తోవలకి
సందర్భాన్ని జోడించి
కల్పవికల్పాల
ధ్వనిని తోడిచ్చే
కవిత్వం
ఒకరు పుట్టించేది కాదు
ఇరు దిశలా ప్రవహించే
జీవధార

త్వమేవాహం
త్వమేవాహం
న సంశయః!!

వలలెందుకు?

నువ్వు సముద్రాన్ని
ఒంటి నిండా పులుముకొంటావు
నేను నదిలో మునిగినవాణ్ణి

ఉప్పూ, తీపి కలసిన
గరగరలా ఉంటుంది
పెదాలు చప్పరిస్తుంటే

చేపలన్నీ నీళ్లలో ఉంటే
నువ్వూ నేనూ ఈ పక్కమీద
ఈదుతున్నామెందుకు?

చల నిశ్చలాల తగువులాట
ఒంటికంటుకున్న
మట్టికి పరిమళం
కవ్వపు గాలికి మబ్బు రంగు

చూస్తూ చూస్తూ తుఫాను వేళ
దిగుడు బావిలోకి
తొంగి చూడడమెందుకు?
పాములన్నీ
పొదలమధ్య లుంగచుట్టుకొని

కొండ దుమికినప్పుడు
జడలా అడ్డుకున్న గరిక
నడిచే వేళ
ఊతమిచ్చిన వెదురు
కమిలిన కాలమే
ఉమ్మనీటి తట్టు

అటుకి, ఇటుకి
చేపల దూకుడు
వలలెందుకు, వడగళ్ల వాన!

విషం వరద

సందర్భం ఏదైతేనేం
ఇవాళ విషం
వరదలై పారింది

సోక్రటీస్ చేతికి
ఇచ్చింది గుక్కెడే
మిగతాదంతా
అందరూ పంచుకుని
సంబరపడ్డారు

విషం కక్కే వాడు
మనిషైతే
అతను మినహా
తాగిన వాళ్లంతా
మనుషులే!

కవిత్వం వెర్రితలల
మర్రిచెట్టు
ఊడలన్నీ నీడలు కావు
నిద్రపట్టిన ప్రతిసారీ
కలల మాయ తివాసిమీద
విహారం వడ్డించబడదు

వన మహోత్సవం అంటేనే
చెట్లని ఉత్తరించడమయిన
కాలంలో
కవిత్వం ఒట్టి కలవరపాటు

కొత్త గొంతుకలన్నీ
కోకిలలవని
నమ్మడం తప్పు కదా

గుడ్లగూబలు కూడా
పిల్లల్ని పెడతాయి
నిశీధిలో నీకేసే చూస్తాయి

రాజకీయానికి భయపడాలి
కవిత్వానికి కాదు

విషాద కాలాన్ని దాటడానికి
విశాల హృదయంతో
ప్రశ్నల చక్రాన్ని తిప్పాలి
అరాచక కక్ష్య దాటాలి

పాలపుంతలోకి
ఒంటరి నడక తప్పదు
చంద్రుడి సాయంతో
సముద్రాన్ని చిలకాలి
కవిత్వాన్ని పంచాలి

విసిరేసిన గవ్వలు

పగలంతా
ఎదురుచూపు
రాత్రి
ఏమీ కనబడని
చీకటి

రాత్రింబవళ్ల మధ్య
రంగుల గుంపులో
ఉషస్సు, సంధ్య

***

ఆద్యంతాల
మెరుపులు వెతుక్కుంటూ
కవితలు

అలంకారాలు పొదిగిన
శబ్దాన్ని విడిచి
వాక్యాల మధ్య
నిశ్శబ్దాన్ని హత్తుకొని
ఉడాయించింది కావ్యాత్మ

***

విసిరేసిన గవ్వలు
నక్షత్రాలయి
ఆట ముగిసినట్లే ఉంది
పొద్దంతా రాలుతోన్న మంచు

రత్నమాల స్వైన్ కవితలు రెండు

1. సిసిఫస్

జీవితం మట్టిలో కలిసిపోతుంది
మనకి ఎప్పుడూ అదే ఆలోచన
ధూళి ధూసరితమైన నేల

భక్తితో తలవంచు
దేవతల శాపాలన్నీ భరించు
బొండ్రాయిని పైకి తొయ్యడానికి
అవే నీకు సాయం
అయినా రాళ్లు స్థిరంగా ఉండవు
జర్రున జారిపోతాయి
భూమ్యాకర్షణే గెలుస్తుంది

గాఢమైన దీర్ఘ నిశ్వాసాల గాథ
కాలాన్ని అధిగమించి
నడుస్తూనే ఉంటుంది
ఒక జన్మనుంచి మరోజన్మకి

ఈ ప్రపంచంతో మనిషికి
అనుబంధమే ఒక శాపం
ఈ బంధం నుంచి తప్పుకోలేం

ఈ భూమి ఒక మార్గం
అదే నా శరీరమవ్వాలి
ఇదే నా కోరిక
మట్టి మట్టిలో కలుస్తుంది
అంతులేని ఈ జీవనయానంలో

2. మా అమ్మాయి

మా అమ్మాయి ఎప్పుడూ
ఆన్‌లైన్లో ఉంటుంది
నేనే, ఆఫ్ లైన్!

ఆమె ఓ కొత్త సెలయేరు
గండ శిలల నుంచి
ఉబికి వస్తున్న జలపాతం

నేనా! అన్నీ ఉడిగి
అలిసి సొలసి
సముద్రంలో కలవడానికి
సిద్ధంగా ఉన్న ఉదాసీన నదిని

నాకూ, నా బిడ్డకూ
కలిసి ఉన్నప్పుడు
ఎడతెరిపి లేని అలజడి,
ఒకరంటే ఒకరికి
ఓర్చుకోలేనంత అసహనం
దూరంగా ఉన్నప్పుడు మాత్రం
ఎప్పుడు కలుస్తామా అని ఆత్రం

మా అమ్మాయి ఎప్పుడూ
ఆన్‌లైన్‌లో ఉంటుంది
నేనే, ఆఫ్ లైన్!

ఆమెను చూసినప్పుడు
అనిపిస్తుంది
ఆమె ఒక అద్దం
అందులో
నెమ్మదిగా కరిగిన
నా జీవితమే!

బహుశా నన్ను చూసినప్పుడు
ఆమె అనుకుంటూ ఉండచ్చు

~ 70 ~   ఇంద్ర ప్రసాద్ కవిత్వం

"ప్రయాణాన్ని నిరోధించే
ఎర్రజెండా!
కొంతకాలం తన జీవితాన్ని
అతలాకుతలం చేస్తున్న
అడ్డుకట్ట!"

అప్పుడప్పుడు
చేతిలో చిన్న కాగడాతో
ప్రవేశిస్తుంది
దీపాలుడిగిన నా చీకటి నగరంలోకి

అప్పుడప్పుడు
నేనూ జారుకుంటాను
ఆమె ఆలోచనల నగరాలలోకి
పీడకలల నీడలో

ఒకోసారి అనిపిస్తుంది
మేమిద్దరం ఒకే నగరమని
ఎక్కడ దీపాలు
అరుతూ వెలుగుతూ ఉంటాయో
నిరంతరంగా

(రత్నమాల స్వైన్, ప్రముఖ ఒరియా కవయిత్రి, ఆర్కిటెక్ట్, వ్యాపారవేత్త. ఆమె ఇటీవలి పుస్తకం "Claiming The Sky" చాలా ప్రాచుర్యం పొందింది.

ఒరియా మూలం: రత్నమాల స్వైన్

ఇంగ్లీష్ అనువాదం: పూరబి దాస్, దుర్గా ప్రసాద్ పాండా)

నీ జ్ఞాపకమే!

ఓ పదం తనంత తానే
పుట్టుకొస్తుంది
పాదం పడకుండానే
పంకిలమవుతుంది

ప్రవాహాన్ని
పదే పదే కీర్తిస్తాను
నది కదా
కొత్త మట్టి తెస్తుందని
విత్తనాలు జల్లుకొనే
పదునిస్తుందని

అకల్పమైన వాన కోసం
కల్పాల కాలం
ఎదురుచూస్తాను
పాట ఎప్పుడూ
మంద్ర స్వరంలో
వినిపిస్తూనే ఉంటుంది

చూపులు తిప్పుకున్నా సరే
నిరీక్షణ తప్పని సరి

శరత్కాలపు వెన్నెలకంటే
ముందరే వస్తుంది వాన
ఆరిపోయిన కుంపటి లోంచి
పుట్టుకొస్తుంది చలి

ఈ వాక్యం మొదటిదో
అఖరిదో తెలిస్తే
కవిత ముగుస్తుంది

స్మరించడానికి
అనుష్టుప్ అక్కరలేదు
తేటగీతి చాలు
అంతెందుకు
ఈ పద్యం కూడా
నీ జ్ఞాపకమే!

~ 73 ~   మూడు పడవలు

మాంత్రికుడి ప్రాణం

నిన్న మరణించేక
పుట్టిన వాణ్ణి నేను
రేపటికి రెండో రోజు

జనన మరణాల
చిట్టాలో పేరులేదు
నమోదు కాబోదు
అకాల మరణం

పగటితో రోజులు
లెక్కపెట్టే కాలంలో
రాత్రెప్పుడూ
తప్పిపోయే చీకటే

గడియ తీసి
గది తలుపు తెరిచి
అందర్నీ పిలవాలి

కనికట్టు విప్పి
ఇంద్రజాలం ముగించి
టోపీతో చిల్లర కోసం
తలవంచకు

వసారాలో కూర్చుని
ఎదురు చూస్తున్నప్పుడు
నడిచివచ్చేదెవరో
తెలిసేదెలా?

భుజం మీది మూటలో
మాటల గాజుల మలారంలో,
కావలసిన హక్కులున్నాయా?
గొంతెత్తిన పోలికేకలో
నిషేధిత వాక్కులున్నాయా?
ఆజాదీకి తాళం చెవులున్నాయా?

మాంత్రికుడి ప్రాణం
మర్రి చెట్టు తొర్రలో
చిలకలో లేదు
నిషిద్ధమైన వాక్కులో ఉంది
వాడుకునే హక్కులో ఉంది
ఎదురుచూస్తున్న రేపటిలో ఉంది.

ప్రవాసానికి రెక్కలాధారం!

ఇంద్రధనుస్సులా
ఎగురుతున్న కొంగల గుంపు
ప్రవాసానికి రెక్కలే ఆధారం

ధూళి నిండిన
సాయంత్రానికి
తెల్లరంగు అద్దినట్టు
దిగిపోయే సూర్యుడు
తెల్ల జెండా ఎగరేసినట్టు

చీకటి మంచం మీద
కళ్లు మూసుకుంటానా,

భార్యాబిడ్డలతో
కట్టుగుడ్డలతో
డింగీలోనో, మరపడవలోనో
ఎర్ర సముద్రం మీద
తేలుతూ ప్రాణాలరచేతిలో

ప్రవాసానికి రెక్కలాధారం!

అద్వైతం

నన్ను నేను కావలించుకోడానికి
దగ్గర చేసిన చేతుల్లోకి నువ్వెలా వచ్చేవ్?

నేను గాల్లోకి విసిరిన ముద్దుల్ని
నేనే పట్టుకొని పెదాలకద్దుకొనే
ప్రయత్నంలో నువ్వెక్కడ్నించి వచ్చేవ్?

ఆత్మస్పర్శలో మమేకం చెందేటప్పుడు
ఈ తడబాటేమిటి?
జీవన భ్రమణంలో కలిసిపోయిన మనం
ఇద్దరమా? ఒకళ్ళమా?

అప్పుడప్పుడు అద్దం తుడిచి ముఖం చూసుకొన్నప్పుడు
మీసంలేని మగతనం కనిపిస్తుంది
తడువుకొన్న ముఖం మీద కాటిక మరకలు

అప్పుడప్పుడు కట్టుకొన్న పంచె
రూపాంతరంచెంది
చీరగా జారి పోతుంది

నఖక్షతాలు, గరుకుగెడ్డాలు,
చెక్కేసిన చెక్కిళ్ళు,
అంటుకొన్న బట్టలు,
ముడివేసుకొన్న రాత్రింబవళ్ళు

అలల కొడవళ్ళతో
కాలం కోసేసింది
కుప్పగా పడ్డ బతుకుల్లో
భవిష్యత్ బీజాలు
వెతుక్కోవాలి

ఇద్దరి నుంచి అద్దరికి ప్రయాణంలో
మనం ఏకవచనమా
బహువచనమా?

మోహంతో...

మోహ కుటుంబంలో
చూపుదొక చిత్రమైన రూపు

స్పర్శ
విద్యుద్ధుకూలాలతో
సమయాసమయాల
విభేదాల్లేకుండా
విస్మయం కలిగిస్తుంది

పెదాల పదాల మోహరింపుతో
యుద్ధం మొదలవుతుంది
సరాగం సమరభేరీ మోగిస్తుంది

కట్టిపడేయడం
ఆమే కాదు నేనుకూడా
చేయగలను మోహంతో

పైకెగరేసినప్పుడు

పైకెగరేసినప్పుడు
పట్టుకోడానికే అనుకొన్నా
కొమ్మమీంచి పడే పండు
కొత్త విషయం చెబుతుందా

అంతా ఆకర్షణే
చేయి జారిపోవడం
అవకాశం కాదు అలవాటే

అడవికెళ్లినప్పుడే తెలుసు
ఈ మరణం శాశ్వతమని

ఉగ్గుపాల పాటల్లో
రంగరించిన ఆవేశమో
ఇంటి పెరట్లో ఎదిగిన
కలుపు మొక్కలో
గుమ్మం ముందు
మొలిచిన బొమ్మజెముళ్లో

చెరువులో దొరికిన చేతివేళ్లు
పొదల్లో పాముల పుట్ట
మేడారం జాతరలో డప్పుల మోత
తునికాకు తగువుల్లో
తూర్పారిన తుడుందెబ్బ

అద్దంలో అన్నీకనిపిస్తే
విశ్వాసం నిజం కంటే గొప్పదా
విధానం విరోధాభాసకాదా

వీర గాధల పొలికేకలో
జముకుల చప్పుళ్ల
గొంగళీల వూరేగింపులో
గీతోపదేశం రోజే
తిలకం దిద్ది నప్పుడే
వీడ్కోలు శాశ్వతమని
హలాల్ జరగబడిందనీ

అడవికెళ్లనప్పుడే తెలుసు
ఈ రణం అశాశ్వతమని
అడవికెళ్లినప్పుడే తెలుసు
ఈ మరణం శాశ్వతమని

వాన కురవనీ

వాన కురవనీ
వందేళ్లు సన్నగా దారంలా
వాన కురవనీ
చిగురించనీ చెట్లు
వికసించనీ పువ్వులు
గులకరాళ్ల చప్పుళ్లలో
పొదల్లో దాక్కోనీ కుందేళ్లు

వాన కురవనీ
రహస్యాలన్నీ బహిరంగమవనీ
తరతరాలుగా పేరుకొన్న
మట్టి కరగనీ
ఈ రోడ్లూ భవనాలూ
నాగరికతంతా నాచు పట్టనీ

హింసా ధ్వంసం దుఃఖం సుఖం
కరిగిపోనీ
కురవనీ వాన కురవనీ

ప్రణయోర్మిళంలాగ
వసంతోత్సవంలాగ
మిలమిలా మెరిసే ఎండరానీ
కిలకిలా నవ్వే పక్షులెగరనీ
కణంనించి మరో కణం
ప్రత్యుత్పత్తి కానీ
మరోసారి మనిషి నవ్వనీ
దుఃఖాదుఃఖ సుఖాసుఖ
జీవితం కొట్టుకపోనీ

ఆత్మలన్నీ చెట్లవనీ
చెట్లన్నీ పక్షులవనీ
పక్షులన్నీ పువ్వులై
ఆడుకొనే పిల్లలవనీ.....

~ 84 ~ ఇంద్ర ప్రసాద్ కవిత్వం

కొత్త కథకి మొదటి మాట

రహస్యాలన్నీ
ఒకళ్లకొకళ్లు
చెప్పుకున్నాక
దేహం మాత్రమే మిగిలింది

దేహానికి రహస్యాలు లేవు
ఉన్నదంతా ఎగుడు దిగుళ్లే
మనసే, నిండా ములిగింది
వడగళ్ల వాన!

ఎవరు పైన ఎవరు కింద?
మెడవంపులోనే మెరుపులు
పెదాలు కాలే వేళ
ముద్దు ఎక్కడ పెట్టాలి?

కొండ ఎక్కేటప్పుడే
దారం జార్చవలసింది
దిగే దారేది?

మబ్బుల్లో నీరేది?

బాణం వదల్లేను
కాదంబరి పూర్తికాదు
వచనానికి
ఏది ఆఖరి వాక్యం?

రాత్రి సద్దు మణగదు
తలుపు చప్పుడవదు
కిటికీలో సూర్యరశ్మి
నువ్వెవరో నేనెవరో!

అంతా ముందుగా
అనుకున్నదే!
వచ్చినప్పుడే
వెళ్లిపోయేవు

ఆషాఢం వచ్చేదాకా
ఆగడం కుదరదు
మబ్బుల్ని ఇప్పుడే రమ్మను
ఓ కబురు పంపించాలి

అద్దం లేని గదిలో
పుస్తకంలోనే ముఖం చూసుకోవాలా?
ఉత్తరంలో రాయలేని అశక్తత
కొత్త కథకి మొదటి మాట

ఆఫీస్‌కి పోయినట్టే...

ఆఫీస్‌కి పోయినట్టే
నడకకు వెళ్లినట్టే
నిద్రకి కూడా పోతాను

కొన్ని మైళ్ల తర్వాత
ఆఫీస్ ఇరవై రెండు అంతస్తులై
అవతరిస్తుంది
మెట్లు తరించకుండానే లిఫ్ట్
తెరిచివుంచిన గదిలోకి
తరలిస్తుంది
శుభ్రమైన మేజాలా
ఎదురు చూస్తున్న పని

నడక సంగతి చెప్పక్కర్లేదు
బూట్లలో పాదం చొరబడగానే
వైకుంఠ ద్వారం తెరుచుకుని
పక్షులు, పిల్లలు, గాలి
సందడే సందడి
ఎవరు వెళ్తున్నారో
ఎవరు వస్తున్నారో తెలియనట్లు
సూర్యచంద్రుల అద్దాలాట!

నిద్రే,
కనపడనంత దూరం
వినపడనంత చీకటి
విచ్చుకునే పువ్వుల్లా కళ్లు
చలికోసం వెలిగించిన
రాక్షస బొగ్గుల కుంపటి
కాలమంతా జాగ్రదవస్థే అయితే
దేహ స్వస్థత ఎలా?

వెదురు పొద

ఎత్తుకున్న వాళ్లు
ఎలా గుర్తుంటారు?
వేలు పట్టుకుని
నడిపించిన వాళ్లు మాత్రం
ఇంకా జ్ఞాపకమే!

బుగ్గ గిల్లిన వాళ్ల కన్నా
బుగ్గ నింపిన వాళ్లే

అక్షరం దిద్దిన కాలం కంటే
పుస్తకాలు చదివిన కాలమే
అక్షరాల మధ్య దాగిన
అర్థాన్వేషణే

దాటిన తీరాలు
ఎగిరిన ఆకాశాలు
తరించిన దూరాలు

ఇప్పుడు ఎత్తుకోవడం
బుగ్గ గిల్లడం
అక్షరం దిద్దించడం

అర్థాన్వేషణ లేకుండానే
వాక్యాల దొంతర్లకి
ప్రోగ్రెసివ్ కళ్లద్దాల సాయం

***

రూపం అదే
శరీరము అదే
కానీ నేనే అనేకం

ఉద్యోగమనే
యుద్ధానికి సిద్ధమయి
అవసరమైన
ఆచ్ఛాదనలూ
పరిమళాలు అద్దుకుని
గంభీర వర్చస్సు
అమర్చుకుని
నడుస్తున్నప్పుడు
చూడాలి

తొడుగులన్నీ విప్పి
పంటకాలువలో
దూకినప్పుడు చూడాలి

ఒరుసుకున్నప్పుడు
వేడిపుట్టి, కరిగి
మళ్ళీ ఘనీభవించి
రెండు శరీరాలుగా మారి
పక్కకు వొత్తిగిలినప్పుడు చూడాలి

కాలమే
జీవనగాత్రం
జీవితమే
ఈదురు గాలికి
వొంగిన వెదురుపొద

సాదాసీదా అసాధారణం

సాదాసీదా జీవితాన్ని
అసాధారణం
చేసేది ఏది?

జ్ఞాపకాల
కొండమీదకి
మెట్ల దారి
చెక్కింది ఎవరు?

మెట్లన్నీ దిగి
వచ్చేక
సేదదీరే
చెట్టు నీడ ఎక్కడ?

నీడని వెతుక్కుంటూ
వెలుగు త్రోవలో
అద్దంలో కనిపించే
బింబమెవరిది?

బింబ ప్రతిబింబాల
కాలజ్ఞానాన్ని
పంచుకోవడం ఎలా?

పంచుకుంటే పాటా?
విచ్చుకంటే పువ్వా?
విచ్చుకున్నా ముడుచుకున్నా
ఒకటేనా?

ఒకటేనా జీవితం?
సాదాసీదా గానే
అసాధారణమా?

అవసరం లేదు

టేబుల్ దగ్గర
ఓ ఖాళీ చోటు కనిపిస్తోంది నాకు
ఎవరిది? ఇంకెవరిది?
ఎవరితో ఈ వేళాకోళం?

పడవ ఎదురుచూస్తోంది
తెడ్డు అవసరం లేదు
వాటమైన గాలి కూడా అక్కరలేదు

తాళం చెవి అక్కడే ఉంచాను
నీకు తెలిసిన చోటే
నన్ను గుర్తుంచుకో
నువ్వు, నేను
కలిసి చేసినవన్నీ కూడా గుర్తుంచుకో.

ఇప్పుడు గట్టిగా కౌగిలించుకొని
ఒకసారి ముద్దు పెట్టు
పెదాలమీద గట్టిగా.. అక్కడే

ప్రియా,
ఇంక నన్ను విడిచిపెట్టు
మళ్ళీ మనం కలవమేమో
ఈ జీవితంలో

అందుకే ఒక్కసారి
నిండారా ముద్దు పెట్టు
మళ్ళీ ఇంకొక సారి
ముద్దు పెట్టు
ఇంకోసారి - అక్కడే చాలింక

ఇంక నన్ను వెళ్లనీ
ఈపాటికే నేను త్రోవలో ఉండాలి

('నో నీడ్' రేమండ్ కార్వర్ కవితకు అనువాదం)

~ 95 ~ మూడు పడవలు

సంబంధం

నీకూ నాకూ
మట్టికి విత్తనానికి
ఆకాశానికి మబ్బుకి
వస్తువుకి సంవిధానానికి
పనికి పనిమనిషికి
పక్షికి చెట్టుకి
హక్కుకి కర్తవ్యానికి
రక్షకి శిక్షకి
నమ్మకానికి మోసానికి
అంతెందుకు
ఈ పద్యానికి నాకూ
ఏమిటి సంబంధం?

కల కంటూ ఉంటాను

కల కంటూ ఉంటాను
ప్రతీ రాత్రీ ఒకే కల
సముద్రాన్ని నడుం చుట్టూ
చుట్టుకొని
పర్వతంతో ముడివేసుకున్న
ఆమె గురించి

ఎన్ని బిడారాలు
ఈ రాస్తాలు
సాగనంపేయి!
ఎన్ని సుగంధాలు
నింపి ఇచ్చేయి!

ఋతువులని పొదువుకున్నట్టు
ఎటునుంచి ఎవరొచ్చినా
అక్కున చేర్చుకోలేదా?

పడవలెక్కించి,
గుర్రాలెక్కించి
శాంతి ప్రవచనాలు
అష్టాంగ సూత్రాలు
శ్రుతి స్మృతుల్ని
పంపించలేదా?

అంకెల్ని, తూనికల్ని
పాటల్ని, మాటల్ని
ఆచారాల్ని, వ్యవహారాల్ని
మందీ మార్బలాల్ని
ఇచ్చి పుచ్చుకోలేదా?

కల కంటూ ఉంటాను
ప్రతీ రాత్రీ ఒకే కల
సముద్రాన్ని నడుం చుట్టూ
చుట్టుకొని
పర్వతంతో ముడివేసుకున్న
ఆమె గురించి

www.ingramcontent.com/pod-product-compliance
Lightning Source LLC
LaVergne TN
LVHW042114210825
819277LV00034B/269

* 9 7 8 8 1 9 8 0 1 1 6 9 5 *